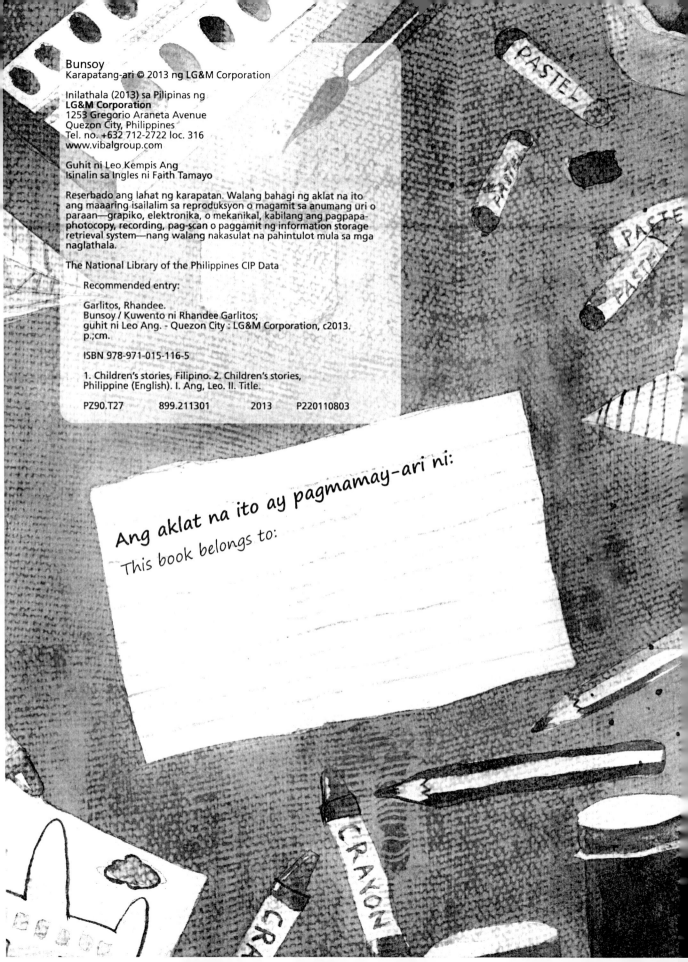

Bunsoy
Karapatang-ari © 2013 ng LG&M Corporation

Inilathala (2013) sa Pilipinas ng
LG&M Corporation
1253 Gregorio Araneta Avenue
Quezon City, Philippines
Tel. no. +632 712-2722 loc. 316
www.vibalgroup.com

Guhit ni Leo Kempis Ang
Isinalin sa Ingles ni Faith Tamayo

The National Library of the Philippines CIP Data

Recommended entry:

Garlitos, Rhandee.
Bunsoy / Kuwento ni Rhandee Garlitos;
guhit ni Leo Ang. - Quezon City : LG&M Corporation, c2013.
p.;cm.

ISBN 978-971-015-116-5

1. Children's stories, Filipino. 2. Children's stories,
Philippine (English). I. Ang, Leo. II. Title.

PZ90.T27   899.211301   2013   P220110803

Ang aklat na ito ay pagmamay-ari ni:

This book belongs to:

bunsoy

Kuwento ni / Story by
Genaro R. Gojo Cruz

Guhit ni / Art by
Leo Kempis Ang

LG&M

Alam kong napakarami mong tanong nang umalis ako noong isang taon. Umalis akong di ko talaga naibigay sa iyo ang tama at totoong sagot.

I know you had a lot of questions when I left last year. I left without really giving you the correct and real answer.

Di tulad ng mga takdang-aralin mo sa Math, Science, English, Filipino at Araling-Panlipunan, alam na alam natin ang sagot. Madali nating nahahanap at nakukuha ang mga sagot. Mahusay yata ang Tatay sa Math at Science, at ang iyong Nanay naman sa English, Filipino at Araling-Panlipunan. Wala tayong problema kapag takdang-aralin mo ang pag-uusapan.

It was not like your Math, Science, English, Filipino and Araling-Panlipunan homework, where we certainly know that there are answers. It's so easy for us to look up and find the answers. Especially since your father is good at Math and Science and your mother at English, Filipino and Araling-Panlipunan. We had no problems when it came to your homework.

Pero alam kong marami ang
nabago sa pag-alis ko. Di na kita maihahatid
at masusundo sa iyong paaralan. Di na ninyo ako
makakasabay ng iyong Nanay sa maraming almusal at
hapunan. Kung Linggo naman, di na ninyo ako makakasama
sa pagsisimba, sa pagkain ng masarap na mami at siopao sa
bayan.

But I know that a lot of things changed when I left.
I could no longer bring you to and fetch you from school. I could
no longer join your mother and you for breakfasts and dinners. On
Sundays, I could no longer go to church with you and join you in
eating delicious mami and siopao in town.

At di na kita matuturuang magbisikleta. Gusto kong matutuhan mo itong mag-isa. Gusto kong maging matatag at masikap ka sa buhay.

And I wouldn't be able to teach you how to ride a bike. I want you to learn it on your own. I want you to be strong and to strive in life.

Kung nalulungkot ka, Anak, mas doble ang lungkot ko. Alam kong tutulungan mo ang iyong Nanay habang wala ako. Tiyak na lagi ka niyang tatawagin sa iyong pangalan dahil magkapangalan tayo. Ikaw yata ang aking Junior! Lagi mo siyang sasamahan, Bunsoy.

If you are sad, Anak, I feel twice the sadness. I know that you will help your mother while I am away. I'm sure she will call you by your name because your name is the same as mine. Why, you are my junior! Always be with her, Bunsoy.

Tulad ng mga takdang-aralin mo sa Math, puwede nating bawasan ang mga araw. Sa bawat araw ng iyong paggising at pagtulog, nababawasan ang mga araw ng iyong paghihintay sa akin. Basta, gawin mo lang ang mga lagi mong ginagawa—mag-aral, maglaro't magsanay magbisikleta, magbasa, makinig sa musika at tumulong sa iyong Nanay.

Di mo namamalayan, kakaunti na lang ang mga araw ng iyong paghihintay sa akin.

Like your lessons in Math, we can subtract the days. With each day that you awake and go to sleep, your days of waiting for me decrease. Just do what you always do—go to school, play and practice riding the bicycle, read, listen to music, help your mother, and do other things.

Before you know it, you won't have to wait very long for me to come home.

Tulad ng iyong takdang-aralin sa Araling-Panlipunan, maraming anyong-tubig at anyong-lupa ang nakapagitan sa atin—ilog, talon, dagat, lawa, bundok, burol, lambak, at kapatagan. Puwede rin natin itong lakbayin kahit imposible. Puwede natin itong iguhit sa papel at kulayan upang magkaroon ng buhay.

Like your lessons in Araling Panlipunan, a lot of landforms and bodies of water come between us—rivers, waterfalls, oceans, lakes, mountains, hills, valleys, and plains. We can still cross the distance even if it's impossible. We can draw it on paper, and color it to give it life.

Puwede kang tumawag o sumulat
sa akin na kasimbilis ng kidlat na
makakarating at matatanggap ko agad.
Mababasa natin ang iniisip ng isa't isa sa
sulat. Maririnig natin ang boses ng isa't
isa. Mararamdaman natin, di naman
talaga tayo magkalayo.

You can call me or write to me lightning-fast, so I can receive it right away. We can read each other's thoughts in the letters. We can hear each other's voices. We can feel that we are not really that far away from each other.

Huwag kang mag-aalala, Bunsoy, dahil ayos naman dito si Tatay. Nasa malayong-malayo man ako, lahat ito ay para sa atin. Di naman ako titira rito habambuhay. Sandali lang ako rito.

Never be sad, Bunsoy, because Tatay is doing fine here. I may be far away, but this is for all of us. I will not live here forever. I will be here for only a short time.

Isipin mo, may binili lang ako sa bayan at uuwi rin ako agad. Magsasama uli tayo ng iyong Nanay.

You can just pretend that I only went to buy something in town and I am coming home soon. You and your mother and I will be together again.

As you count each day that ends and wait for me with your mother, I'm sure that you will find the answer as to why I left a year ago and why we need to sacrifice a lot of things.

Isa lang ang tiyak na tiyak na sagot, Bunsoy: mahal na mahal ko kayo ng iyong Nanay. Para sa inyo kung bakit ako nasa malayo at nagtatrabaho.

Huwag kang mag-alala. Malapit na akong umuwi. At pangako ko sa iyong hinding-hindi na ako aalis pang muli, hinding-hindi na mawawala nang matagal sa ating bahay, mahal kong Bunsoy.

One answer is definitely sure, Bunsoy. I love you and your mother very much. It's for the two of you that I am working so far away.

Don't worry. I am coming home soon. And I promise you that I won't ever leave again, I will never be gone for long from our home, my beloved Bunsoy.

Ano ang trabaho ng Tatay ni Bunsoy sa ibang bansa? Pagdugtungin ng guhit ang mga tuldok.